Hiền Hapu

# GIAO TIẾP HẠNH PHÚC

Bí quyết giúp tình cảm mặn nồng hơn mỗi ngày bất kể gần hay xa

# GIAO TIẾP HẠNH PHÚC

Hiền Hapu

## Bí quyết giúp tình cảm mặn nồng hơn mỗi ngày bất kể gần hay xa

Phiên bản e20241224v12

# Mục lục

# Đôi nét về tác giả

**Hiền Hapu**

Nguyễn Thị Hiền

Từng là người phụ nữ yếu ớt cả thể chất lẫn tinh thần, mất kết nối với bản thân, nhiều sai lầm khiến cô suy kiệt thần kinh, đau ốm triền miên.

Sau đó cô đã *tìm lại* được chính mình, kết nối sâu đậm với bản thân và những người khác; sức khỏe thể chất và tinh thần được cải thiện.

Hiền Hapu tin rằng: Giao tiếp chân thành là chìa khóa của mọi mối quan hệ hạnh phúc bền vững. Bạn hoàn toàn có thể tận hưởng niềm hạnh phúc trọn vẹn hơn chỉ với một điều đơn giản: trò chuyện.

# Tách trà mở đầu câu chuyện

# Mất kết nối...

"Cuộc đời em là khúc ca, cuộc đời em là đóa hoa... Cuộc đời sẽ thêm tươi đẹp vì những khúc hoa và đóa hoa..."

Tiếng nhạc rộn ràng của bài hát "chúc mừng sinh nhật" vang lên, hòa cùng tiếng cười nói vui vẻ. Dưới ánh nến ấm áp, lung linh, tôi đang quây quần đón tuổi 34 cùng cả gia đình.

"Chúc vợ yêu luôn mạnh khỏe, bình an và hạnh phúc. Hai bố con yêu mẹ nhiều." Lời chúc ấm áp, đầy hy vọng ấy của chồng cũng chính là những điều tôi mong muốn đạt được trong cuộc sống: mạnh mẽ về thể chất, vững khỏe về tâm hồn, sống bình an trong tình thương yêu.

Anh đưa ánh mắt âu yếm dịu dàng nhìn tôi, sau đó hai vợ chồng tôi và con gái cùng nhau thổi nến trong niềm hứng khởi, ngọt ngào, hạnh phúc ngập tràn.

Phù phù phù.

Ánh nến vụt tắt và ánh đèn điện sáng trưng được bật lên.

Trong trạng thái mơ màng, tôi nghe thấy có tiếng bước chân vội vã, sau đó là tiếng mở cửa.

Cạch.

Cánh cửa phòng từ từ được mở ra, mẹ tôi ló đầu vào, cất giọng oang oang: “Con dậy ăn rồi uống thuốc, An từ sáng giờ chưa ăn uống gì đâu.”

Nói xong bà quay lưng đi xuống dưới tầng.

Âm thanh đó văng vẳng bên tai kéo tôi về thực tại. Hóa ra tất cả những điều đẹp đẽ kia chỉ là một giấc mơ. Thực tế thì hoàn toàn ngược lại. Không có bữa tiệc nào cả bởi vì chồng tôi đang

làm việc ở xa. Con gái đang chơi dưới nhà với nước mũi tèm nhem, thi thoảng ho như cóc kêu. Còn tôi đang nằm bẹp dí trên giường, chùm chăn kín mít, uể oải mở mắt ra rồi nhắm nghiền lại một cách yếu ớt. Tôi đang choáng váng, ngất ngây, nhưng không phải trong niềm hạnh phúc, mà đang nâng nâng, nôn nao trong cơn sốt. Những dây thần kinh đang bị căng như dây đàn khiến đầu tôi đau buốt, chếnh choáng. Cổ họng sưng rát, miệng khô khốc đắng ngắt. Toàn thân tôi ê ẩm, nặng trĩu, chìm xuống như đang bị đá đè vào không nhấc nổi người dậy. Cả người không còn một chút sức lực nào, đến mở mắt ra thôi tôi cũng cảm thấy khó khăn.

Tuổi mới đón chào tôi bằng một trận ốm của cả hai mẹ con như thế đấy.

Cơn sốt hây hấy khiến tôi chìm vào giấc ngủ mơ màng. Trong cơn mê tôi nhớ đến những lần vật

vã cho con gái uống thuốc. Bà ngoại bế và giữ chặt tay chân, còn tôi cầm thìa đút thuốc vào miệng con bé. Cứ mỗi lần thấy mẹ pha thuốc, cầm xi lanh lên là con nhỏ nghiến chặt răng lại, khóc to, mặc kệ mẹ có bóp mồm, bóp miệng nó vẫn không hé lấy một xíu nào. Tôi có cố bằng mọi cách để cho uống được thì nó lại ọe, trớ, nôn ra hết, và ba người lại phải cho nhau uống lại từ đầu. Cảm giác căng thẳng và áp lực chạy dọc sống lưng làm tôi thấy ớn lạnh.

Có đêm cả hai mẹ con bị nghẹt mũi, tôi khó thở nên không ngủ được. Con bé cũng khò khè khó chịu quá nên choàng tỉnh giấc, càng lúc càng khóc to. tôi bế ghì chặt con bé trong tay, loay hoay mãi mới nhỏ được vài giọt nước muối vào hai hốc mũi để giúp con dễ thở hơn và ngủ được.

Một tối khác, con vừa ăn xong miếng bánh gato thì bị nôn hết ra ga giường, chăn và quần áo của cả hai mẹ con. Tôi gọi ngay bà sang mặc giúp quần áo cho bé còn tôi dọn dẹp bãi chiến trường rồi ra nhà tắm thay đồ, vệ sinh cá nhân. Trong lúc đánh răng, súc miệng, tôi ngứa họng nên ho rất nhiều, buồn nôn và nôn hết ra bồn cầu. Đến 0h con lại nôn ra giường, tôi lau dọn nhanh, lấy tấm lót che chỗ nôn rồi cho con nằm trong, còn tôi  nằm chỗ ướt.

Chuỗi ngày ốm đau cứ liên miên từ tuần này qua tháng khác. Hết tháng Giêng, tháng Hai rồi lại sang tháng Ba, tràn qua tháng Tư, như một bản nhạc kéo dài không dứt. Căng nhất là đợt điều trị 10 ngày cuối tháng Ba tại bệnh viện. Đúng lúc đó nhà tôi lại sửa trần với ốp tường, nên mẹ tôi chỉ hỗ trợ được hai ngày đầu tiên, thời gian còn lại hai mẹ con tự túc ở viện chăm nhau. Khi được ra viện nhìn con xơ xác, mẹ xác xơ và sau đó con vẫn tiếp tục bị viêm tai tái đi tái lại thêm nhiều lần nữa. Tình trạng vào viện thăm khám, gặp bác sĩ diễn ra như cơm bữa khiến tôi cảm tưởng như bệnh viện sắp thành ngôi nhà thứ hai của hai mẹ con.

Quãng thời gian ốm đau đeo đẳng hai mẹ con tưởng như không có hồi kết. Tôi hao mòn về sức khỏe, suy kiệt về tinh thần. Người tôi không khác bộ xương khô di động là mấy. Đôi mắt gấu trúc thiếu ngủ thâm quầng. Làn da xanh tái, những cơn đau đầu thường trực khiến tôi như muốn nổ tung.

Đến chiều thứ sáu ngày 26 tháng 4 năm 2024, khi đón con từ lớp học về tôi thấy con bé bị đổ nhiều rỉ mắt và chảy nước mũi, trong tôi có một dự cảm không lành về tình hình của con nên cho bé đi khám ngay, kết quả đúng như dự đoán

ban đầu: con bị viêm tai giữa bên phải và viêm họng. Nhận được kết quả tôi thật sự choáng váng như bị ai đó đánh mạnh vào đầu, suy nghĩ bất lực ùn ùn kéo đến. Điều khủng điên gì đang xảy ra vậy trời?

Khi nghe tôi kể về quá trình điều trị khủng khiếp của bé, bác sĩ nhìn hai mẹ con tôi đầy ái ngại, anh động viên: "Bác sẽ cho uống 2 loại đặc trị siêu mạnh kết hợp với nhau. Con sẽ khỏi thôi. Hai mẹ con cô nàng *siêu mẩu* cố gắng nhé!"

Tôi nghe mà trong lòng cảm thấy chua chát. Tại sao tôi đã cố gắng, nỗ lực hết sức để giúp con tăng sức đề kháng mà con vẫn ốm ròng rã và giờ lại phải dùng đến 2 loại kháng sinh mạnh nhất thế này? Tôi đã làm gì sai? Cả tôi nữa, sao tôi dặt dẹo yếu ớt thế này?

Cảm giác bất lực xâm chiếm hết tâm trí khiến tôi như người mất hồn. Người ngồi sau xe máy phóng đi vù vù mà tâm hồn lạc trôi tận đâu đâu. Những cơn gió nóng mùa hè thổi ráp vào mặt như những thùng dầu đổ thêm vào đống lửa đang cháy mang tên *lực bất tòng tâm*, tôi thấy khó chịu, buồn bực trong người.

Về đến nhà tôi chán quá không thiết ăn uống gì. Nhìn mâm cơm mà ứa nước mắt.

"Ăn vào cho khỏe còn có sức chăm nó." Tiếng mẹ sa sả như quát vào mặt tôi. "Giờ mày mà ốm ra đấy thì lấy ai chăm con?"

Tôi một tay bế và cho con bé ti, tay kia cầm thìa xúc miếng cơm bỏ vào miệng, nhai trệu trạo rồi cố nuốt trong dòng nước mắt bất lực. Miếng cơm chan nước mắt mặn chát.

Cứ nghĩ đến việc bao nhiêu nỗ lực của mình trong việc chăm con giờ đổ sông đổ bể, *hư bột hư đường hết rồi* là tôi lại thấy trong lòng dấy lên cảm giác vô dụng, bất lực đến tột độ. Tôi ghét chính mình, tại sao tôi không được khỏe mạnh như những người khác? Tại sao tôi luôn ốm yếu như thế?

Con bé đã ngủ rồi mà nước mắt vẫn rơi lã chã, tôi khóc đến ngặt cả người, mắt sưng húp. cảm giác bất lực và vô dụng tiếp tục kéo đến, quấn chặt lấy tâm trí khiến tôi trong chiếc kén khiến tôi không tài nào cọ quậy hay nhúc nhích gì được, càng cố giẫy giụa thì càng bị siết chặt hơn. Tôi cảm thấy ngột ngạt, khó thở, trái tim và cơ thể như bị ai đó bóp nghẹt. Tôi trằn trọc mãi không ngủ được. Nghĩ về những ngày u ám ốm yếu đã qua, hiện tại rối ren và tương lai phía trước mờ mịt đen kịt như màn đêm khiến tôi

không khỏi rùng mình. Tại sao tôi lại rơi vào tình cảnh trớ trêu này? Liệu rằng tôi còn sống nổi đến ngày mai không? Còn điều gì tồi tệ hơn có thể xảy đến nữa đây?

## Sóng sánh dưới nắng

Tôi nhớ mãi đó là một buổi sáng mùa thu đầu tháng 11 năm 2024, tôi cùng hai cô gái nhỏ đi dạo dưới nắng trong sân bóng.

Sau một hồi đi bộ sưởi nắng, bạn sẽ thấy tôi ngồi lặng yên dưới bóng râm, kết nối trò chuyện với đứa trẻ bên trong mình. Nó cũng giống như tôi, đang ngồi tựa vào giàn mướp, tận hưởng ánh mặt trời ấm áp xuyên qua kẽ lá, đang mơn man vuốt ve khuôn mặt. Nó đang thấy rất thoải mái, đang thảnh thơi nằm "sạc pin", nạp năng lượng tích cực từ ánh mặt trời ấm áp tỏa ra từ

bên trong ốc đảo bình yên sau khi cần mẫn làm việc.

Tiếng chim hót ríu rít trên cây sấu. Hương thơm nhẹ nhàng thoang thoảng từ cây hồng nhung bay phảng phất trong gió.

Vừa hay có một con chuồn chuồn bay vụt qua, tôi rón rén chỉ tay, khẽ thầm thì vào tai hai cô gái: “Nhìn kìa! Chuồn chuồn kim đấy!”

Hai đứa nhìn theo hướng tay tôi chỉ, thấy một sinh vật nhỏ xíu như cây kim đang đậu trên nhánh cỏ.

Chú chuồn kim khẽ ngước lên nhìn chúng tôi, ánh mắt tò mò, thắc mắc như kiểu “Không hiểu ba người kia đang nhìn mình gì vậy? Hay mặt mình dính nhọ nồi?” Suy nghĩ một xíu rồi bạn ấy vụt bay lên làm ba bác cháu xuýt xoa, tiếc nuối vì không được ngắm nhìn bạn ấy thêm chút nữa.

Sau đó ba bác cháu cùng nhau sờ, chạm, nhìn ngắm cây xấu hổ. Những chiếc lá khe khẽ khép mình lại khi chúng tôi chạm vào. Từ từ, khi khoảng không gian yên tĩnh trở lại, lá cây bắt đầu mở ra như cũ.

Cứ như thế, chúng tôi chậm rãi bước đi tắm nắng, ngắm nhìn hoa bầu nở rộ, ong bướm đang hút mật; những bông xuyến chi nhỏ nhắn nhuỵ vàng cánh trắng mềm mại, đám cải ngọt xanh non mơn mởn đang khẽ vươn mình trỗi dậy, những giọt sương long lanh vẫn còn lóng lánh dưới nắng, ngửi mùi oi nồng phả ra từ đất và không khí... cảm nhận sự bình yên của buổi sáng mùa thu xanh trong vắt.

## Hoá bướm đẹp xinh

Bên cạnh đó, tôi đã tìm lại được niềm tin vào cuộc sống và tương lai tươi sáng. Tôi tham gia

trọn vẹn vào hành trình Inner Me (Tôi thật sự) và Inner Journey (Hành trình của tôi) để tự chữa lành và kết nối với những phẩm chất tốt đẹp của chính mình. Tôi như chú bướm từng ngày, từng ngày một thoát khỏi chiếc kén giam giữ kìm hãm bấy lâu nay để trở thành phiên bản tốt hơn của chính mình.

Tôi là yêu thương, là an vui, tôi mạnh mẽ, bình an, hạnh phúc. Tôi nỗ lực trao đi và lan tỏa những điều tích cực đến thế giới này. Tôi thoải mái trò chuyện, kết nối lại với chính mình, điều mà tôi chưa từng nghĩ mình có thể làm được. Bản thân tôi cũng không thể nào tin nổi rằng mình đã có sự khác biệt đến thế.

Bạn có tò mò chuyện gì xảy ra hay điều gì đã thay đổi tôi không?

Đó chính là lý do tôi viết cuốn sách này.

Có những khoảng thời gian tôi cảm thấy trống rỗng khủng khiếp. Tôi một thân một mình bước đi trong mưa những giọt nước táp thẳng vào mặt, lạnh buốt, mặn chát.

Mất kết nối với chính mình, tôi sống vật vờ như Zombie, lờ đờ như một cái xác vô hồn. Tôi tự hỏi không biết ý nghĩa cuộc sống của mình là gì? Mình đang sống vì điều gì?

Rồi những lúc buồn không biết chia sẻ cùng ai tôi có thói quen ghi nhật ký hoặc phân thân gửi email cho chính mình. Tôi ghi lại tất cả những gì đang diễn ra trong tâm trí mình, những cảm xúc của tôi lúc đó.

Còn nhớ giữa tháng 5 năm 2024, tôi tình cờ mở cuốn nhật ký khi xưa ra và đọc, tôi đã cười chảy nước mắt khi thấy những suy nghĩ ngây ngô của mình hồi ấy thật trẻ con. Không hiểu sao hồi đó mình lấy đâu ra nhiều nước mắt để khóc như

vậy? Nhưng ngẫm lại tôi cũng thấy sự thay đổi rất lớn ở bản thân mình theo chiều hướng tốt đẹp hơn. Đúng là, có cổ mới có kim, nhờ có ngày hôm qua dại khờ mà ngày hôm nay mình bớt khờ dại hơn.

Bạn biết không, khi những dòng chữ này được viết ra, những cảm xúc xưa cũ ùa về, tôi cảm tưởng như mình đang được sống lại cùng quá khứ. Viết cuốn sách này cũng là cách để tôi trò chuyện, chữa lành và kết nối lại với chính mình. Cuộc đời tôi đã được *viết lại* theo một cách khác, an toàn, lành mạnh, tràn ngập sự bao dung và lòng biết ơn.

Tôi nhận ra và trân quý những sai lầm mình đã mắc phải, cũng như biết ơn những kinh nghiệm quý báu đã giúp tôi vượt qua những thời điểm khó khăn nhất. Tôi hy vọng rằng những trải nghiệm trong cuốn sách sẽ giúp ai đó có thể

giải tỏa những cảm xúc tiêu cực, giúp chữa lành tâm hồn và nhanh chóng đạt được hạnh phúc nói chung và trong những mối quan hệ nói riêng.

## Sách sẽ giúp bạn thế nào?

Cuốn sách chia sẻ những ý tưởng, câu chuyện giúp bạn tránh được những sai lầm tôi đã từng mắc phải để cho dù cuộc sống có sóng gió như thế nào thì bạn vẫn có những phút giây hạnh phúc bình an trong chính tâm hồn mình.

## Lưu ý khi đọc sách

Hãy hình dung mỗi chương sách, giống như một cuộc trò chuyện tâm tình giữa chúng ta trong giờ trà chiều tại một khu vườn xanh mát, với mùi hương hoa hồng cổ tươi mát thoang thoảng.

Chúng ta sẽ cùng nhau chia sẻ những câu chuyện nhỏ. Sau đó bình tĩnh, khách quan nhìn nhận lại sự việc đã xảy ra, từ đó có cái nhìn thấu đáo, thông suốt để trong cuộc sống hàng ngày nếu bạn gặp tình huống tương tự có thể áp dụng ngay nhằm tránh những hối tiếc về sau.

Vì thế, sau chương này, bạn có thể đọc bất cứ phần nào bạn thích, hoặc là bạn đơn giản là đọc từ đầu tới cuối... giống như là thưởng thức trong bình an từng ngụm trà và nhấm nháp từng miếng bánh quy giòn rụm vừa mới ra lò.

# Nhìn mặt bắt tâm tư

Khoảng giữa tháng 8 năm 2024 tôi thấy chồng cư xử khác lạ. Tôi thấy khó chịu, không hài lòng khi thấy anh đi ăn uống bên nhà bạn đến khuya chưa về. Trong khi tôi ở nhà vật vã, vất vả với con, đau mỏi khắp người, bất an về tương lai còn chồng tưng bừng ăn uống với bạn bè... thật sự tủi thân quá!

Càng nghĩ nước mắt lại rơi nhiều, tôi thở dài thượt buồn bã.

"Mẹ làm sao vậy?" Chồng hỏi với giọng quan tâm.

"Mẹ thấy mệt, khó chịu trong người." Nói xong tôi nằm vật ra giường như con sao biển bị mắc cạn.

Những suy tư miên man kéo đến như nước lũ ùa về. Từ khi về Việt Nam (tháng 5 năm 2020) tôi bắt đầu gặp khó khăn về tài chính cũng như sức khỏe. Từ đầu năm 2024 đến giờ tôi đau ốm nóng sốt liên miên. Trận ốm này chưa khỏi đã có trận khác kéo tới. Tôi cảm tưởng không có khoảng thời gian nào tôi được mạnh khỏe. Thêm vào đó, có những lúc cả hai mẹ con cùng bị ốm, con phải vào viện điều trị, nhiều đêm thức trắng trông con vì bé sốt. Sau mỗi trận ốm, người tôi dặt dẹo, xanh xao, yếu ớt, lướt mướt như tàu lá chuối khô cong phất phơ trong gió không biết khi nào sẽ rớt xuống.

Tuy nhiên, những áp lực về sức khỏe thực sự không lớn bằng áp lực về tinh thần.

"Việc của con bây giờ là chăm lo sức khỏe và suy nghĩ xem làm gì phù hợp với bản thân." Lời bố tôi động viên mỗi bữa cơm khiến tôi không khỏi áp lực. "Làm gì cũng được, bố mẹ ủng hộ."

34 tuổi, bằng tuổi đó bố tôi đã mua được đất, xây nhà, mua xe máy, còn vợ chồng tôi tay trắng vẫn hoàn trắng tay.

"Có việc làm, có thu nhập giúp mình thoải mái về vật chất và tinh thần." Lời bố văng vẳng bên tai như những tảng đá to lớn đè nặng lên tâm trí tôi. Tôi thấy căng thẳng và ngột ngạt mỗi lần đối diện với bố. Đến bữa cơm thú thật tôi chỉ muốn ăn thật nhanh rồi đứng dậy.

"Nhà em đi đâu cũng dính nhau như sam ấy, thành ra nghèo." Lời một đứa em nói làm tôi thấy cay đắng khi nghĩ về hoàn cảnh của mình: Người ta nghèo vì dính lấy nhau, còn nhà mình phải xa nhau mà vẫn nghèo. Đã thế tôi còn nghèo cả về sức khỏe lẫn tiền bạc. Các cụ có câu "nghèo rớt mồng tơi", còn tôi "nghèo đến nỗi không có mồng tơi để rớt."

Thực ra tôi vẫn đang cố gắng từng ngày đấy chứ: Vừa chăm sóc con, làm việc nhà, vừa viết sách, học thêm các kỹ năng sử dụng website, thiết kế, rèn luyện thuyết trình, quảng bá truyền thông về cuốn sách mình đang viết để tìm kiếm độc giả tương lai... Có những hôm tranh thủ lúc con đang ngủ, tôi mải mê viết đến khi mệt quá ngủ gục lúc nào không biết... Ánh sáng xanh le lét từ màn hình điện thoại phát ra như con đom đóm chập chờn đưa tôi vào giấc ngủ mệt lả. Mắt vừa rũ xuống được vài phút thì tôi nghe thấy tiếng con khóc đòi ti mẹ, tôi mắt nhắm mắt mở cho con ti rồi ngủ lúc nào không hay... Cứ như thế ngày này qua ngày khác, tôi như một cái cây bị hút cạn dần nhựa sống...

Tôi đã nỗ lực chu toàn mọi thứ trong khả năng tốt nhất tôi có thể làm, chỉ có điều là tất cả những thứ đó chưa tạo ra tiền ngay được nên bố

tôi sốt ruột cũng phải thôi. Thỉnh thoảng, bố lại kể một người bạn nào đó bằng tuổi tôi thành đạt, kiếm được nhiều tiền, xây nhà mua xe, ... làm tôi cảm thấy những gì mình đang dốc sức, lao tâm lao lực trở thành công cốc.

"Mẹ có chuyện gì phải nói với bố nhé!" Một giọng nói tha thiết cất lên, đó là tiếng chồng tôi, kéo tôi về thực tại. "Có gì khi nào về bố sẽ nói rõ sự tình với mẹ."

Nghe xong câu nói đó nước mắt tôi từ đâu tuôn ra như mưa. Thực sự tôi chỉ muốn tuôn ra hết những áp lực tôi đang phải *chịu đựng* một mình để chồng hiểu được tình cảnh *rối ren* hiện tại. Nhưng có một điều gì đó chặn lại ở họng khiến tôi không thể nói ra thành lời.

"Dù cho có chuyện gì thì mình cũng thống nhất với nhau đặt con lên hàng đầu nhé!" Lời chồng văng vẳng bên tai gỡ tôi ra khỏi mớ bòng bong

đang rối bời trong đầu. “Mẹ đừng suy nghĩ mà ảnh hưởng tới sức khỏe!”

Tôi nằm dài, đặt tay trên trán, dòng nước mắt bất lực vẫn lăn dài. Tôi oà khóc nức nở như để cho dòng nước cuốn trôi hết những u uất đang kìm hãm, rồi sau đó tôi có thể mạnh dạn nói ra những gì mình cố gắng giữ chặt trong lòng. Cảm giác ấm ức, khó chịu bủa vây lấy tôi. Ước gì có ai đó đến đem hết đá trong lòng tôi vứt ra sọt rác để tôi đỡ bận đầu nhỉ? Nhưng tôi biết nói với ai bây giờ?

“Tại sao em không viết những gì em trăn trở ra giấy để không phải suy nghĩ về nó trong đầu nữa?” Tôi nhận ra đó là lời gợi ý của chị Hà Nguyễn trong một phiên khai vấn. Chính lời nhắc nhở đó đã thôi thúc tôi cầm bút lên, *giải phóng* hết những suy nghĩ viết ra giấy, chứ không tôi sẽ u uất đến nổ tung đầu mất.

Cuối tháng 8 khi chồng về, tôi cũng nói ra được những suy nghĩ, dự định của mình. Anh chăm chú lắng nghe, sau cùng anh nói: "Mẹ cố gắng chăm sóc bản thân cho khỏe mạnh, giữ tinh thần thoải mái, đấy mới là điều quan trọng. Nhà mình chỉ không có nhiều tiền chứ đâu có thiếu tiền!"

Tôi nghe mà bật cười vì tinh thần lạc quan của chồng và thấy anh nói đúng thật, sức khỏe là vốn quý. Sau khi nói ra được những chất chứa trong lòng, tôi thấy trong mình nhẹ bẫng, cảm giác như sức nặng từ những tảng đá to đã được trút bỏ đi hết và tôi đã được hoàn toàn tự do.

Tôi hiểu ra rằng tôi bị áp lực, căng thẳng là do tôi đã không nói ra những dự định, kế hoạch của mình với bố và chồng khi chúng tôi trò chuyện. Nguyên nhân là do tôi cố giữ khư khư mọi thứ ở trong lòng, không chịu giãi bày,

không nói ra để cho mọi người có cơ hội hiểu cảm xúc và hỗ trợ đấy chứ?

Câu chuyện trên giúp tôi nhận ra rằng: "Giao tiếp là xây cầu, không phải dựng tường". Hoá ra những rào cản từ trong gia đình xuất hiện không phải vì ai đó không quan tâm, mà vì chúng ta không nói ra điều mình cần. Sự thấu hiểu luôn bắt đầu từ sự chia sẻ.

Còn bố vẫn luôn quan tâm, lo lắng cho tôi bằng cả lời nói và hành động thiết thực: mua thuốc bổ về cho tôi uống để cải thiện sức khỏe, rủ hai mẹ con tôi đi bộ mỗi tối, cho cháu đi chơi để tôi có thời gian nghỉ ngơi, gửi link gợi ý tôi làm việc này việc kia để chăm sóc cả gia đình.

Khi viết ra những dòng chữ này, tôi đã nói ra được những suy nghĩ của mình, đặt sức khoẻ tinh thần thể chất lên hàng đầu. Tôi dành nhiều thời gian chăm sóc bản thân từ những điều cơ

bản: ngủ đủ giấc, ăn uống lành mạnh, ưu tiên dành tặng bản thân những khoảng lặng nghỉ ngơi trong ngày. Sức khỏe tôi dần được cải thiện, tôi ngủ ngon hơn, kết nối tốt hơn với chính mình, những áp lực không còn đè nặng lên vai tôi như trước nữa. Có thể nói tôi đã *buông bỏ* được gánh nặng về tinh thần. Tôi vẫn cố gắng, nỗ lực đều đặn hàng ngày, tôi luôn ở trong tâm thế biết ơn và hài lòng vì "hơn thua không phải với người, hôm nay mình phải hơn mình hôm qua."

"Mỗi ngày mình sống tốt hơn một chút là một ngày chiến thắng."

# Bình tĩnh bước tiếp

8h tối thứ sáu hàng tuần tôi tham gia luyện tập thuyết trình tại VITA Toastmasters. Hôm đó là lần thứ hai tôi thử sức đăng ký vai trò người dẫn chương trình (MC) trong buổi đào tạo nội bộ.

Bình thường tôi và con gái vẫn đồng hành cùng nhau tham gia từ đầu đến cuối. Thỉnh thoảng may mắn dỗ được con đi ngủ lúc 8 rưỡi hoặc 9h thì nửa sau chương trình còn có mình tôi. Hôm nay có chồng về tự nhiên tôi thấy ngại ngại và hơi bất tiện vì sự có mặt của anh. Để tránh làm phiền anh, tôi ngồi ở dưới sàn, đeo tai nghe (một điều trước giờ tôi chưa từng làm) và cố gắng nói với âm lượng vừa đủ.

8 rưỡi con gái đã buồn ngủ rũ mắt rồi. Con lại gần chỗ mẹ, tay dụi dụi mắt.

“Mẹ tắt máy tính và cho con ngủ đi!” Chồng tôi ngồi tựa vào thành giường nhìn xuống hai mẹ con và nói giọng càu nhàu khó chịu.

Tôi đưa tay ra ôm và bế con vào lòng, cho con ti, vẫn tiếp tục công việc, tiếng mẹ dẫn chương trình cứ đều đều vang lên như tiếng hát ru à ơi đưa con vào giấc ngủ say trong vòng tay ấm áp của mẹ.

Con ngủ được một lát thì máy tính báo sắp hết pin, còn khoảng năm phút nữa là máy sẽ tắt. Tôi gọi với lên "cầu cứu", nhờ chồng cắm hộ cái sạc pin thì anh thẳng thừng đáp: "Em tự dậy mà cắm! Không thì tắt máy đi ngủ!"

Tôi nghe xong mà thấy cơn giận tự dưng từ đâu trỗi dậy, mặt tôi nóng phừng phừng, thực sự lúc đó tôi chỉ muốn hét lên thật to rằng: "*vì đang mắc hai tay ôm con nên em mới phải nhờ đến anh giúp đỡ, chứ không em tự đứng dậy làm cho nhanh rồi! Bực mình thực sự!*"

*Bất giác* nhìn xuống khuôn mặt xinh xắn, bầu bĩnh, đáng yêu đang say ngủ của con lòng tôi

dịu lại. Tôi nghĩ thầm trong đầu: "*Anh không giúp thì mình tự làm vậy!*"

Tôi lật đật đứng dậy, trèo lên giường, định bụng sẽ đặt con bé nằm xuống giường, nhưng tôi chợt nghĩ: "*Giờ mà đặt xuống thì con sẽ tỉnh giấc và khóc cho mà xem. Như thế chồng lại làu làu điếc hết tai. Thôi mình cứ để con ngủ trên tay vậy.*"

Nghĩ sao làm vậy nên tôi quyết định vẫn ôm con trong tay, cố gắng dùng một tay cắm sạc rồi tiếp tục đến lúc chương trình kết thúc tốt đẹp tôi mới thở phào nhẹ nhõm, tắt máy và đi ngủ.

Chiều hôm sau, khi chồng đang nằm dài trên giường ở phía bên ngoài, anh nhờ tôi cắm sạc điện thoại tôi hỏi lại: "Anh nằm ở ngay ngoài mà lười dậy, thế sao tối qua em nhờ mà anh không làm giúp em?"

“Chuyện nào đi chuyện đấy!” Anh quay sang nhìn tôi rồi tiếp lời. “Giờ đó em còn không cho con ngủ thì định để đến bao giờ?”

“Lúc đấy con ngủ rồi chứ có phải em không cho con ngủ đâu mà anh nói thế?” Tôi cự lại, không phải tị nạnh gì với chồng cả, mà chỉ đơn giản tôi cần anh giúp đỡ khi cả hai tay tôi đang bận.

Tôi nhận ra một bài học quan trọng: Bình tĩnh xử lý mọi việc, chỉ có mình mới cứu được mình. Trong tình huống này, thay vì để cơn giận dẫn dắt, tôi đã chọn cách bình tĩnh và tìm ra giải pháp phù hợp với hoàn cảnh hiện tại, tôi đã tự mình đi cắm sạc, vẫn để con ngủ trên tay để tránh đánh thức con dậy. Khi hoàn thành xong xuôi mọi việc hai mẹ con cùng nhau đi ngủ.

Những ngày sau đó nhờ áp dụng điều này vào cuộc sống mà chúng tôi đã cùng nhau vượt qua thời kỳ khủng hoảng tuổi lên hai của con một

cách an toàn, vui vẻ, tình cảm gia đình được bảo toàn trọn vẹn, không hề bị sứt mẻ xíu nào.

# Đâm đầu vào bão

Sáng chủ nhật ngày 08 tháng 09 năm 2024, bên ngoài trời đang mưa, gió thổi mạnh, chồng tôi vẫn giữ nguyên ý định đi Hà Nội gặp bạn, tôi không muốn anh đi vì trời đang bão gió hun hút. Anh săm soi can rượu, mở ra ngửi ngửi rồi tủm tỉm cười một mình.

"Anh Duy với bạn mà uống hết can đấy chắc tối khỏi về nhà luôn." Em dâu cất giọng đầy ái ngại.

"Thì anh xác định uống quên lối về mà." Tôi thủng thẳng đáp. "Em không cần lo cho anh đâu!"

Anh sang nhìn tôi, giọng xoa dịu. "Sao mà mẹ nặng lời thế!"

Tiếng ba đứa trẻ con cãi nhau chí choé cắt ngang cuộc trò chuyện. Con gái bị em giành đồ chơi nên khóc um lên, tôi quay sang làm *quan tòa bất đắc dĩ* phân giải 3 đứa.

“Thế con có đi luôn không?” Tiếng mẹ giục tôi có đi xoa bóp vai cổ thì khẩn trương lên càng làm cho buổi sáng thêm ồn ào, náo động.

“Con phải đưa nhà con lên bến xe buýt nữa, mẹ cứ đi trước đi.” Tôi mặc áo mưa vào, đưa chồng lên bến xe buýt rồi xuống sau. Vậy nên em trai đưa mẹ xuống trước rồi vào vườn xem mưa to gió lớn như vậy cây mít có bị làm sao không.

Cả ngày hôm đó không có một tin nhắn gì từ chồng. Giống như thể anh xuống đó và mất hút luôn theo hoàn lưu bão Yagi vậy...

“Bố An đúng là hâm.” Tiếng ông ngoại cất lên trong bữa tối. “Người ta tránh bão chẳng được, còn mình lại đâm đầu vào.”

Tôi không biết phải nói gì đỡ lời nên im re, trong lòng chua chát.

Chiều tối và cả ngày hôm sau tôi không nhận được tin tức gì từ chồng. Gọi không nghe máy, nhắn tin không trả lời. Tôi giận lắm vì khi ông ngoại hỏi khi nào anh về, tôi không biết phải nói gì, giống như người từ trên trời rơi xuống, đầu đập vào đất nên tạm thời mất trí nhớ.

Con gái khóc nhếch nhác, còn bố cứ tưng tửng như không có chuyện gì xảy ra. Tôi dỗ mãi con bé cũng ngủ còn cơn giận theo tôi đến tận ngày hôm sau.

Trưa hôm sau.

Hơn 12h tôi ăn trưa xong xuôi vừa chợp mắt thì anh nhắn: "Mẹ vào cầu Kiệu đón bố nhé!"

Tôi chưa bao giờ thấy chồng dừng ở điểm buýt đó nên phải xác nhận lại bằng tin nhắn và gọi điện mà không thấy nghe máy. Trời bắt đầu mưa lất phất khi tôi dắt xe ra khỏi nhà và càng ngày càng mưa nặng hạt.

Lên đến cầu Kiệu trời đã mưa rất to, tôi nhìn quanh không thấy ai đứng chờ ở bến xe cả. Mưa càng lúc càng nặng hạt, tôi vội vàng xin trú nhờ vào ô của xe bán nước di động. Chờ được 2 phút thì thấy điện thoại rung chuông, tôi nghe máy và phía bên kia nói: “Mẹ lên Xóm Sen đón bố nhé!”

Nghe xong tôi thấy chưng hửng và cảm giác như cơn giận bên trong sục sôi y như đống lửa đang lịm đi được đổ thêm dầu vào làm nó bốc cháy ngùn ngụt. Tôi lật đật quay xe, nói cảm ơn anh chị chủ xe nước rồi xi nhan sang đường, đi thẳng lên điểm dừng xe buýt tiếp theo.

Trời mưa rào rào như tát vào khuôn mặt tôi những cái tát lạnh giá, tôi gạt nước trên mặt kính và kéo kính xuống cho đỡ rát. Quần tôi ướt

sũng từ đầu gối trở xuống. Càng đi trời càng mưa to và nặng hạt.

Quãng đường chưa tới 1km mà tôi thấy xa quá, có lẽ là do cơn bực mình, khó chịu, sự giận dữ chất chứa từ 2 hôm trước dồn nén căng quá và nó muốn nổ tung.

Tôi xi nhan sang đường và rẽ vào con đường nhánh để vào ngã năm, đi thêm 100 mét nữa đã thấy anh đứng chờ sẵn ở đó rồi. Tôi ném một ánh mắt sắc lẹm tựa dao cau nhìn chồng.

"Mẹ lườm nguýt bố khiếp thế!" Anh nói kèm theo nụ cười cầu hòa.

Tôi ra hiệu anh ngồi phía sau để tôi đèo về. Lúc này mưa đã ngớt. Những giọt nước mát lạnh vẫn táp vào mặt tôi tê buốt, đúng là "mưa tới đâu mát mặt tới đấy!" Càng đi vào trong làng trời càng hửng nắng và tạnh mưa, tôi cảm thấy sao

ông trời như đang trêu ngươi tôi vậy! Hay ý ông muốn nói rằng tôi đã sai khi để cơn giận lấn át?

Tôi chợt nhận ra mình thật ngu ngốc, nực cười khi muốn kiểm soát người khác đồng thời để cơn giận lấn át chính mình. Đằng nào thì anh cũng về đây an toàn rồi mà. Nghĩ vậy khuôn mặt căng thẳng của tôi dần dần giãn ra, dịu xuống, nhịp tim ổn định dần. Ánh nắng ấm áp chiếu soi, đốt cháy và chữa lành cơn giận của tôi từ bao giờ.

Mặt trời đã dạy tôi một điều rất sâu sắc rằng: "Cảm xúc không nên kiểm soát cuộc sống, mà cần được quản lý khôn ngoan." Nếu để cơn giận chi phối, chúng ta có thể đưa ra những quyết định không sáng suốt và làm tổn thương chính mình lẫn người khác.

# Tạm ngưng phán xét vội vàng

Đã bao giờ bạn cảm thấy sốt sắng muốn làm một điều gì đó thật nhanh để còn làm việc khác chưa?

Tối thứ sáu ngày 13 tháng Chín hai vợ chồng tổ chức sinh nhật sớm cho con gái. 7h30 tối rồi mà vẫn chưa thấy bánh gato về trong khi đó 7h50 tôi có cuộc họp với VITA Toastmasters nên sốt ruột hỏi em dâu: “Người ta có nói khi nào ship bánh không em?”

“Họ hẹn 7h nhưng mưa to nên phải chờ tạnh mới đưa bánh được.” Tiếng em dâu nói bên tai như cứa thêm vào sự nóng ruột trong tôi.

Cũng đúng thôi, trời mưa gió bão bùng thế này, họ ship muộn cũng phải thông cảm cho họ chứ! May mà họ còn làm được bánh mà ship cho mình đấy.

7h50 tôi vẫn vào meeting như thường lệ rồi tắt micro, camera và tham gia tiệc sinh nhật cùng gia đình.

Bố chồng gọi Zalo lên hỏi thăm sức khỏe một lúc lâu. Có thể do lúc đó tiếng nhạc khá ồn nên ông không nghe rõ tiếng chồng tôi nói là đang bận tổ chức sinh nhật sớm cho cháu.

Khi bố tôi đưa điện thoại sang cho chồng thì anh tỏ rõ sự tức giận trên khuôn mặt và giọng nói gắt gỏng. "Con đã nói là đang bận rồi mà ông cứ dài dòng nhỉ?" Nói xong anh tắt điện thoại rụp cái.

Các hoạt động thổi nến, hát mừng sinh nhật, cắt bánh, chụp ảnh, ăn bánh lần lượt diễn ra như bình thường trong không khí vui vẻ, háo hức của cả nhà. Con gái thổi nến xong hai cháu cũng được hát mừng và thổi nến cùng.

Trong lúc mọi người vẫn đang ăn bánh tôi vội ngồi bên bàn làm việc để tham gia họp hành. Phía dưới là cảnh "chạy loạn", chiếc bánh cắt ra được 3 miếng chia cho mấy cháu nhỏ nhà hàng xóm. Con gái không chịu nhất định khóc đòi nghịch. Chồng tôi cầm lên cao mà con cứ với lên khóc đòi. Anh quay sang nhìn tôi và lớn tiếng "Mẹ xem chia cho ai thì đem đi đi, không thấy con đang khóc đòi à?"

Khi tôi quay ra cắt bánh, anh hỏi mạng wifi ở đâu để rút, tắt máy đem máy tính lên trên tầng kèm theo câu nói đầy giận dữ. "Mai về Hải Phòng em đừng có đem máy tính về."

Tôi ngước lên nhìn và khẳng định: "Em phải làm việc trên laptop. Nếu không đem máy tính theo thì em không về Hải Phòng đâu!"

Chồng không nói gì thêm. Anh bước lên tầng với khuôn mặt hầm hầm.

Tôi ôm và bế con gái vào lòng. Tiếng con khóc be be như đổ thêm dầu vào cơn giận đang sôi ùng ục bên trong làm tôi to tiếng với con bé: “Con cứ khóc lóc làm bố mẹ cãi nhau nhỉ?” Con bé bị mắng càng khóc to hơn.

Bố tôi nghe thấy liền ôn tồn nói: “Có việc gì cứ bình tĩnh giải quyết. Làm gì mà ầm ầm lên thế?”

Khi tôi lên phòng, chồng tức giận nói với tôi: “Mai em không phải về Hải Phòng nữa.” Sau đó anh quay sang nói với con gái: “Mai con gái với mẹ ở đây. Bố về ông bà nội một mình.”

Tôi không nói gì, tiếp tục ôm con tham gia cuộc họp cho đến khi xong phần việc của mình thì thoát ra trước.

Một lát sau, khi đã dịu lại chồng nói: “Em có thể đem máy tính về để làm việc còn không dum diếc gì hết nhé!”

Tối đến, nằm vắt tay lên trán tôi nghĩ mà ứa nước mắt. Chồng người ta khuyến khích vợ giao tiếp với bên ngoài, phát triển bản thân. Còn chồng mình đã không khuyến khích vợ thì thôi lại còn cấm cản. Buồn thực sự.

Ngày hôm sau cả nhà tôi vẫn về Hải Phòng như dự định ban đầu.

Tối đến có nhỏ em nhà chú sang chơi. Em mới xuống Hà Nội học đại học và vẫn đang mông lung không biết nên tham gia câu lạc bộ nào ở trường để rèn luyện kỹ năng. Tôi nhận thấy Toastmasters là môi trường lý tưởng cho mong muốn đó nên không ngần ngại chia sẻ cách thức hoạt động, những giá trị mà Toast mang lại cho em cũng như tương lai sau này.

Nghe tôi nói xong em cảm thấy con đường phía trước sáng tỏ và rõ ràng hơn nhiều.

Lúc ra ngoài hiên chồng tôi hỏi: “Cô Giang năm nay lên lớp 12 rồi nhỉ?”

“Cô Giang là Tân sinh viên khoa Ngôn ngữ Anh rồi bố ạ!” Tôi quay sang nói với chồng. “Cô đang băn khoăn về việc nên tham gia thực hành ở đâu cho thuận lợi và hiệu quả thì mẹ giới thiệu Vita Toastmasters và ACI Toastmasters rồi.”

Em Giang quay sang nhìn tôi tỏ ý đồng tình và nói: “Em đang băn khoăn thì may quá nói chuyện với chị Hiền và vỡ ra được bao nhiêu thứ.”

“Thế mà tối qua bố không cho mẹ tham gia đấy!” Tôi đưa mắt nguýt chồng một cái rõ dài.

Chồng tôi cười cầu hòa. “Ai bảo hôm qua mẹ cứ nháo nhào làm gì?”

Ôi, thì ra hôm qua chồng tôi giận vì tôi nháo nhào và mất tập trung trong lúc tổ chức sinh

nhật cho con chứ không phải là do cấm cản tôi tham gia các hoạt động phát triển bản thân. Hóa ra tôi đã sai khi "từ bụng ta suy ra bụng người", thật sự nguy hiểm hết sức. Cũng may là có em Giang hóa giải chứ không tình cảm giữa hai vợ chồng tôi lại sứt mẻ còn lâu mới lành được.

Bạn có thấy hú hồn hú vía giống tôi không?

Câu chuyện trên giúp tôi nhận ra một bài học quan trọng: khi chúng ta suy diễn dựa trên cảm xúc cá nhân thay vì tìm hiểu sự thật, ta dễ đưa ra những kết luận sai lầm, gây tổn thương không đáng có.

Vào đúng ngày sinh nhật con gái (19 tháng Chín) vợ chồng tôi tổ chức đón sinh nhật cho bé cùng ông bà nội. Bữa tiệc diễn ra trong không khí ấm áp, tập trung, tôi trọn vẹn có mặt từng khoảnh khắc bên con.

Tôi nhận thấy có nhiều người, đặc biệt là chị em phụ nữ thường xuyên có xu hướng suy diễn “từ bụng ta suy ra bụng người”. Đây thực chất là những suy nghĩ lãng phí vô ích, là “rác độc hại”, nếu để tích tụ lâu dần sẽ khiến não quá tải, ảnh hưởng đến sức khỏe tinh thần và phá hủy các mối quan hệ.

# Kiên nhẫn và linh hoạt

“A! Nhà bóng kìa!”

Đấy là tiếng cháu trai reo lên vui sướng khi nhìn thấy rất nhiều bóng trong khu vui chơi. Lúc đó khoảng 10h sáng thứ ba ngày 03 tháng 9 năm 2024, cả nhà vừa bước chân vào trong sảnh chờ của siêu thị. Nhìn các bạn đang vui vẻ nô đùa qua ô cửa kính, ánh mắt thằng bé rực sáng, khuôn mặt hào hứng muốn nhào ngay vào chơi cùng, cảm giác như không thể chờ đợi thêm được nữa.

“Giờ nhà mình ra đứng xếp hàng mua vé nhé!” Tiếng chồng tôi cất lên dường như phá tan sự háo hức hiện lên trong mắt cháu, thay vào đó là vẻ lo lắng.

Thằng bé lắc đầu nguầy nguậy, cứ ôm khư khư lấy chân tôi và nói: “Con không xếp hàng mua vé đâu.”

Có lẽ do con đã quen với việc vào thẳng khu vui chơi ở gần nhà nên không muốn đứng xếp hàng. “Con có muốn vào kia chơi không?” Tôi cúi xuống và ân cần hỏi cháu.

“Con có ạ.” Cháu rụt rè trả lời.

“Được rồi.” Chồng tôi nói dứt khoát. “Ba bác cháu đứng ở đây để bố ra xếp hàng mua vé.”

Nói xong anh chạy qua quầy xếp hàng mua vé và quay trở lại với bốn tờ giấy dài ngoằng trên tay. Cả nhà rồng rắn sang cửa để vào nhà bóng, thằng bé nhất định không chịu cho đeo vào tay tờ giấy vé, chị thu ngân đành dán vào sau áo.

Đầu tiên cả nhà vào nhà bóng, cháu ngã người vào bóng như cách người ta ngã ùm vào tấm đệm êm và cười khúc khích. Sau đó cháu trèo lên cầu trượt rồi trượt xuống phía dưới. Con gái thấy em trượt xuống cũng thích quá, chồng tôi

thấy vậy liền bế con lên cho con trượt xuống nhưng lên tới nơi nàng khóc không dám trượt xuống.

Cứ như thế hai bác cháu lần lượt chơi hết các trò vận động mạnh, sẵn sàng thử sức với những trò chơi mới. Ban đầu cháu còn dè dặt không dám chơi, sau đó được bác động viên, hướng dẫn và chơi cùng lúc sau anh chàng chơi không muốn dừng, đến nỗi chồng tôi phải nói “Mình nghỉ đi ăn gì đã nhé” thì cháu mới ngừng chơi.

Còn tôi và con gái ra chơi trò bác sĩ, xếp các hình khối xây nhà, đá bóng, tiếng cười nói rộn ràng.

Nuôi dạy con cần sự linh hoạt và kiên nhẫn, khi cháu trai không muốn xếp hàng hoặc chơi một số trò vận động, cả gia đình đã linh hoạt tìm cách giải quyết mà không ép buộc. Điều này nhấn mạnh rằng sự linh hoạt trong nuôi dạy trẻ

là rất cần thiết. Trẻ con có tâm lý riêng, và đôi khi chúng cần thời gian để làm quen với các tình huống mới. Sự kiên nhẫn và tôn trọng cảm xúc của trẻ sẽ giúp chúng tự tin hơn và cảm thấy an toàn trong việc khám phá thế giới xung quanh.

# Dừng lại 5 giây

Oa oa oa.

12 giờ trưa ngày 19 tháng 9 năm 2024 gần đến ăn cơm, tôi và chồng đang ngồi trong phòng khách. Tôi gập máy tính vào và nhắc con gái "Giờ mình đi ăn trưa nhé!" Sau đó tôi đứng dậy, bế con xuống nhà ăn, thả xuống ghế và đứng dậy lấy kéo cắt thức ăn cho con thì con nhổm người trườn xuống khỏi ghế và bắt đầu nằm lăn ra sàn gào khóc đến mềm oặt, ngặt người.

Lúc đó tôi không kịp nghĩ gì cả, tôi bế con bé đứng lên, bé vẫn khóc, tay chỉ ra ngoài sân. Ra đến sân, nàng ấy vẫn khóc, tay chỉ ra ngoài đường.

Cuối cùng, khi được bế ra ngoài đường và đi dong nắng, cô gái nhỏ ấy đã nín khóc. Chồng tôi ra ngoài theo, anh muốn bế con bé giúp tôi mà nó không cho bế, anh chỉ biết thở dài, khuôn mặt bất lực của anh nhăn nhó.

Con bé ôm chặt cổ mẹ như con sam, tay chỉ chỉ về phía trước và sau. Hễ tôi dừng lại là con bé lại i i chỉ tay đòi đi.

Mẹ chồng từ trong nhà bước ra, đứng ở mé cổng, nói với ra: "Hai đứa cho cháu vào nhà, tầm này các quan đi tuần đấy..."

"Hừm." Chồng tôi thở hắt ra, dài thượt. Anh gằn lên thành tiếng, giọng bực tức, anh quay sang nói với mẹ: "Bó tay. Đến bà là cán bộ mà còn mê tín dị đoan như vậy..."

Nghe thấy điều đó, tôi thấy mặt mẹ nhăn lại, thoáng buồn. Bà vẫn đứng ở đó, ánh mắt đau đáu nhìn ra chúng tôi như muốn nói nói "Cho cháu vào đi..."

Tôi vẫn bế con bé trên tay, đi lên rồi lại đi xuống, trong đầu nghĩ thầm: chưa biết có các quan đi tuần hay không, nhưng nắng vỡ đầu là có thật!

Mấy phút sau, có người đi đường lướt vội qua, đưa ánh mắt tò mò nhìn gia đình tôi như muốn nói "Nhà này khùng hả trời, ôm nhau đứng giữa trời nắng?"

Bố chồng từ trong nhà bước ra, đứng ở trong sân nói vọng ra, tiếng nghe như đang quát: "Trưa mai nắng thế mà không cho cháu vào nhà đi, đứng mãi ngoài nắng thế?"

Lời bố như trút thêm dầu vào đống lửa đang cháy hừng hực trong chồng tôi, sự bức bối pha lẫn bất lực trên khuôn mặt đã nhân lên gấp bội, anh nói vọng vào: "Ông bà cứ vào nhà đi. Ông không thấy cả ngày cháu ở trong nhà bức xúc khó chịu, quấy khóc mãi đến khi cho ra ngoài đường cháu mới nín khóc à?"

Bố chồng nghe xong không nói gì, khuôn mặt hầm hầm và ông đi thẳng vào nhà.

"Bố bình tĩnh." Tôi nhẹ nhàng nói với chồng. "Ông bà cũng là lo cho cháu. 12h trưa nắng gắt, hai mẹ con đang ốm lại dong nhau ra ngoài nắng thế này, ông bà bảo vào nhà cũng là hợp lý mà."

Nghe tôi nói xong, khuôn mặt chồng bắt đầu giãn ra, cặp lông mày đang nhíu chặt từ từ mở ra, anh vẫn thở dài thượt. Đứng đối diện tôi vẫn nghe thấy tiếng anh thở phì phì.

Anh đứng ngoài cùng hai mẹ con thêm vài phút rồi đi vào trong nhà một lúc. Khi trở ra, tôi thấy anh đã đội mũ bảo hiểm, dắt xe máy, cầm theo mũ bảo hiểm ra đội cho vợ, anh nói với con gái: "Hai mẹ con lên xe, bố đèo đi một vòng quanh làng."

Chiếc xe nổ máy, từ từ chạy ra khỏi làng và lên thị trấn Ruồn, con gái lúc này vẻ mặt đã tươi tỉnh hơn. cả nhà dừng trước cửa hàng bún chả vào ăn trưa xong rồi về.

“A! Ra là trưa nay con gái chê cơm bà nội nấu nhé!” anh nói với con, “bà biết bà buồn lắm đấy!”

Con gái nhoẻn miệng cười toe...

Trải nghiệm trên đã cho tôi một bài học, đó là: Bình tĩnh dừng lại, tránh hại bản thân.

Khi đứng trước cơn giận dữ, hờn dỗi bộc phát của con trẻ, cách tốt nhất mà ba mẹ có thể làm đó là: Dừng lại, bình tĩnh suy xét tìm ra nguyên nhân gây ra trạng thái khó chịu của trẻ để tránh “đổ thêm dầu vào lửa” làm tình hình căng thẳng thêm.

Hãy tách rời trẻ ra khỏi hoàn cảnh một chút, bạn sẽ nhận thấy được giải pháp tốt nhất cho trẻ và cả chính bạn nữa.

Trong câu chuyện trên, thay vì ép buộc con vào nhà, chúng tôi đã quyết định đưa con ra ngoài để thay đổi không khí, cho con được khoảng tách rời với *những thứ có thể đang khiến con bức bối*, như: sự ngột ngạt vì phải ở trong nhà cả buổi sáng, cơn đói chưa được đáp ứng, sự khó chịu trong người vì con đang bệnh.... Điều này không chỉ giúp con nín khóc mà còn tạo ra những khoảnh khắc gắn kết cho cả gia đình. Khoảng dừng lại và tách rời này giúp tôi nhận ra nhiều điều: Quan sát cơn giận khởi phát và cách để làm nó dịu lại; nhận ra sự quan tâm của ông bà dành cho hai mẹ con tôi; và trên hết là giúp chồng tôi nhận ra được sự nóng giận của anh.

Nếu như lúc đó tôi và chồng cứ cố chấp, dùng uy lực của người bố, người mẹ bắt con bé phải nín thì chắc chắn cả nhà sẽ bị “đinh tai nhức óc”, bị *tra tấn lỗ tai và náo động tâm trí* bởi tiếng gào của con trong khoảng thời gian dài hơn nữa, sự căng thẳng sẽ nhân lên gấp nhiều lần.

Bài thực hành áp dụng: Phép màu dừng lại 5 giây, bình tĩnh, hít vào thật sâu rồi từ từ thở ra.

# Nghe sai, hiểu sai

Đã bao giờ bạn cảm thấy bị người khác nghi ngờ vì họ nghĩ bạn đang gian trá?

Tháng 10 năm 2019 tôi có tham gia cho chồng một hợp đồng bảo hiểm nhân thọ với số tiền phí ban đầu 25 triệu đồng/ năm trong 15 năm.

Tôi không nhớ trước đó khi chồng hỏi về thời gian đóng phí tôi đã trả lời như thế nào, nên vào ngày 11 tháng 9 năm 2024 khi anh hỏi "Hợp đồng này mình đóng phí trong bao lâu nhỉ?"

Tôi thủng thẳng đáp: "15 năm anh ạ."

Anh quắc mắt nhìn tôi hỏi lại với giọng nghi ngờ khó hiểu: "Sao ngày trước mẹ nói 10 năm mà bây giờ lại thành 15 năm?"

Tôi giật mình, ngó người ra, vừa kịp định thần những gì anh vừa nói thì *cảm giác như anh đang*

*nói tôi đã nói dối anh từ trước tới giờ* xâm chiếm lấy hết tâm hồn tôi. Tôi thấy mình không còn ý nghĩ nào tích cực hơn nữa.

Cơn giận trong tôi bắt đầu được tiếp lửa và sôi lên sùng sục, cảm giác bức bối dâng lên giống hệt những cơn sóng lớn xô ầm ầm vào bờ đê mỏng manh, ốm yếu quá nên sắp "tức nước vỡ bờ".

Khoảng im lặng càng khiến không khí xung quanh tôi đặc quánh lại, cuốn tôi vào dòng lốc xoáy suy nghĩ và "bùm", nước mắt tuôn như đê vỡ. Dòng nước chảy xiết cuốn phăng hết mọi thứ. Trong tôi lúc này là một mớ hỗn độn, thật sự kinh khủng. Tôi tức ứa nước mắt, nghĩ thầm trong đầu: anh nói như thể em lừa anh ấy nhỉ?

Con sóng giận dữ dâng cao, cao mãi và sau cùng nó vỡ oà trong làn nước mắt. Lúc đó tôi đang nằm cho con bú ti.

Chồng thấy vậy liền sốt sắng nói: "Em đang cho con bú mà khóc thế ảnh hưởng đến con đấy!"

Tôi hiểu lời anh nói vì đã trải nghiệm điều đó một lần trước đây. Tâm trạng của người mẹ ảnh hưởng rất lớn đến con. Đặc biệt, khi mẹ căng thẳng và giận dữ, một phần trạng thái tiêu cực đó sẽ sản sinh ra hóc môn căng thẳng và *ngấm vào* nguồn sữa tiết ra khiến con quấy khóc, ảnh hưởng đến sự phát triển cả thể chất lẫn tinh thần của con. Tôi vẫn khó chịu với dòng nước mắt lăn dài. Nước mắt cứ thế lã chã tuôn rơi.

"Em bé bảo mẹ bình tĩnh lại nào!" Chồng quay sang con gái, vừa nói vừa cười. "Câu mẹ vẫn hay nói với con gái."

Tôi phì cười, hít thở sâu rồi  từ từ bình tĩnh lại, lấy tay lau nước mắt.

Sau đó là một khoảng im lặng kéo dài mấy phút.

Khi con đã ngủ, tôi nhẹ rút tay ra khỏi cổ và để đầu con nằm trên chiếc gối.

Tôi quay sang nói với chồng: "Em không nhớ đã nói là 10 hay 15 năm. Còn nghe giọng anh nói cứ như là em đang lừa dối anh vậy."

Anh im lặng hồi lâu, tay vắt lên trán trầm ngâm suy nghĩ, sau cùng anh nói: "Nếu hợp đồng mười lăm năm thì mình chỉ đóng 10 năm thôi sau đó rút. Mỗi năm hai hợp đồng hết hơn 70 triệu. Bây giờ bố còn đi làm thì vẫn có tiền đóng, chứ mấy năm nữa về Việt Nam rồi không duy trì nổi."

Tôi không nói gì thêm, nước mắt vẫn ngân ngấn, tôi thấy chồng nói cũng đúng. 70 triệu đồng đối với chúng tôi là một khoản lớn - vượt ngoài khả năng tài chính của tôi lúc này. Mặc dù lúc này tôi còn chưa có giải pháp nào cho vấn đề "*đầu tiên*" này, nhưng trong tôi tự nhủ đầy quyết tâm:

*"Mình là chủ hợp đồng, nhất định mình sẽ tìm cách, không thể bỏ ngang như vậy được. Tôi tin mình sẽ làm được."* Tôi lật đật trở dậy, ra nhà tắm đánh răng, nhìn vào gương thấy đôi mắt đỏ hoe, ngân ngấn nước và ánh nhìn sáng ngời quyết tâm. Đánh răng xong tôi vào phòng bố mẹ và cầm về bộ hợp đồng như một lời xác nhận lại với bản thân.

Câu chuyện trên giúp tôi nhận ra tầm quan trọng của việc giao tiếp rõ ràng và minh bạch trong mối quan hệ. Nghe sai sẽ dẫn đến hiểu sai. Những hiểu lầm có thể gây ra căng thẳng và cảm giác bị nghi ngờ. Việc xác nhận lại thông tin và lắng nghe nhau sẽ giúp giảm thiểu xung đột và tạo ra sự đồng cảm.

Sau này, trước khi quyết định những việc quan trọng tôi thường xác nhận lại với chồng để tránh chuyện tương tự có thể xảy ra. Đặc biệt là

những chuyện liên quan đến tài chính, những con số rõ ràng được xác nhận giúp cả hai phía nắm bắt và hiểu đúng được tình hình đồng thời có hướng giải quyết phù hợp.

Tôi thấy rằng những việc liên quan đến tài chính thường khó nói, mọi người thường cảm thấy ngại khi nói về tiền bạc. Bạn ơi, né tránh không phải là giải pháp bởi vì vấn đề vẫn ở đấy. Đôi khi chỉ cần hai người ngồi lại với nhau, đặt điện thoại sang một bên, trò chuyện tâm tình một chút là vấn đề được khơi thông và có giải pháp ngay lập tức.

# Dành thời gian trọn vẹn

Sáng thứ ba ngày 03 tháng 9 năm 2024 hai vợ chồng định cho con đi siêu thị mua đồ và khu vui chơi nhưng 8h sáng tôi và con mới mở nổi mắt, ăn uống xong xuôi đã 10h.

Em trai cho hai cháu xuống chơi, tôi rủ cả ba cùng đi. Cháu trai thích quá muốn đi BigC với hai bác và chị, còn em gái với bố mẹ thì không muốn đi. Tôi lỡ hứa cho cháu đi chơi rồi, cháu cũng háo hức đòi đi nữa, bây giờ mà không cho nó đi thì khác gì nói dối nó. Vậy nên chồng quyết định vẫn cho  đi mặc kệ sự phản đối của em dâu.

Tôi có lịch hẹn hướng dẫn thiết kế bìa sách lúc 10:20 từ trước với đồng đội nên tranh thủ lúc xe di chuyển từ nhà đến siêu thị mở Google Meet và chỉ em thao tác.

Tôi và hai đứa trẻ ngồi ghế dưới, thỉnh thoảng con bé lại nhao nhao muốn đòi xuống ghế.

Chồng thấy tôi cắm mặt vào điện thoại không để ý con nên nhắc nhở: “Mẹ cất điện thoại đi, để ý hai đứa kìa.”

Tôi bức xúc cự lại. “Mẹ đang làm việc chứ có chơi đâu.”

“Con nghịch ngã ra đấy thì sao?” Chồng lên giọng như muốn quát. “Mẹ phải biết điều gì quan trọng hơn chứ?”

Chú lái xe liếc xuống phía dưới nhắc nhở: “Ngồi cùng trẻ con thì phải để ý không nó nghịch gãy chân gãy tay như chơi!”

Nghe xong tôi dừng khựng lại, cảm giác như vừa có một mũi kim đâm vào quả bóng bay đang căng phồng trong tâm trí tôi làm nó nổ tung.

Tôi nhận ra vấn đề của mình, đó là tôi quá ích kỷ, chỉ chăm chăm quan tâm đến mình. Cho con đi chơi mà tôi cứ mải miết làm việc, không để

tâm chú ý đến con. Tự nhiên nhìn sang hai đứa trẻ tôi thấy ân hận quá! Tôi đã không dành thời gian trọn vẹn cho con, không có mặt thực sự ở hiện tại, không hiện diện trọn vẹn với con.

Sau đó tôi úp điện thoại xuống ghế, quay sang chơi với hai đứa, ngắm đường phố, gọi tên màu sắc của những chiếc xe đi cùng trên đường, tiếng cười nói rôm rả suốt quãng đường

Qua câu chuyện này tôi thấm thía một điều rằng: Sự hiện diện trọn vẹn là món quà quý giá tôi có thể trao cho con và những người khác. Toàn tâm toàn ý có mặt về cả thể xác lẫn tinh thần trong từng giây phút ở bên con. Trẻ nhỏ rất nhạy cảm, chúng có thể cảm nhận được tình yêu thương một cách rất tinh tế, chỉ cần bạn lơ đễnh chút xíu thôi là có thể đã bỏ lỡ rất nhiều điều kỳ diệu rồi.

Những ngày sau đó, mỗi khi được đi dạo cùng con tôi đều gác lại mọi thứ sang một bên, tận hưởng trọn vẹn khoảng thời gian quý giá khi được ở cùng con. Chúng tôi cùng nhau đi bộ, con dắt tay tôi dạo bước trên con đường làng. Hai mẹ con cùng nhau ngắm nhìn những bông hoa, tán lá, ngắm trăng, tắm nắng, sờ - chạm vào cây cỏ; lắng nghe và cảm nhận âm thanh cuộc sống; cùng nhau chơi bập bênh, đạp xe, ... Tôi trân trọng và biết ơn từng khoảnh khắc ngọt ngào như thế.

# Lời chia tay

# Lời cảm ơn

Cảm ơn bạn vì đã lựa chọn cuốn sách, và đặc biệt là đã đọc tới đây. Điều đó chứng tỏ bạn rất trân trọng sự kết nối sâu sắc với bản thân và những người xung quanh. Đồng thời bạn cũng tha thiết mong muốn xây dựng hạnh phúc trọn vẹn với họ. Thế giới cần thêm những người kiên trì tận tâm hành động như bạn.

Trước khi chia tay với một món quà cảm hứng, tôi biết rằng chúng ta có thể đã thảo luận rất nhiều, song đây những điều quan trọng mà tôi muốn gửi gắm tới bạn qua cuốn sách này.

1. Mở lòng chia sẻ cảm xúc, suy nghĩ, tâm tư nguyện vọng của mình với người thân để họ hiểu điều bạn cần.

2. Dừng lại bình tĩnh xử lý mọi việc thay vì để cơn giận dẫn dắt.

3. Cảm xúc không nên kiểm soát cuộc sống, mà cần được quản lý khôn ngoan.

4. Tìm hiểu sự thật dựa trên bản chất của sự việc thay vì cảm xúc cá nhân để tránh đưa ra những kết luận sai lầm, gây tổn thương không đáng có.

5. Dành thời gian chất lượng cho con. Toàn tâm toàn ý có mặt về cả thể xác lẫn tinh thần.

## Gợi ý hành động

Chỉ có hành động mới tạo ra kết quả, nếu bạn muốn:

1. Kết nối, trò chuyện với chính mình, hiểu sâu sắc về bản thân.
2. Gia đình gắn kết.
3. Con cái và cha mẹ thấu hiểu nhau.

4. Sống hòa thuận với những người xung quanh.

Thì đây là điều đơn giản, bạn có thể làm: dừng lại, đến ngược từ 5 về 1 đồng thời, hít vào thật sâu, bình tĩnh thở ra. Lặp lại điều đó vài lần.

Đúng vậy, chỉ cần một hành động đơn giản vậy thôi.

# Câu chuyện cảm hứng: Sâu Lùn hóa bướm

Trong khu vườn nhỏ, có một chú sâu nhỏ tên là Lùn. Ngay từ khi sinh ra, Lùn đã ốm yếu còi cọc, nó luôn cảm thấy mặc cảm, tự ti khi thấy mình không có sức sống như những con khác. Lùn thường ngắm nhìn đàn bướm xinh đẹp đang bay lượn trên bầu trời và ước mơ rằng một ngày nào đó, nó sẽ tung đôi cánh mạnh mẽ bay lên như chúng.

"Mình sẽ bay được như đàn bướm kia!" Sâu Lùn say sưa nói với những chú sâu khác.

"Ha ha!" Một con ôm bụng cười phá lên. "Nó đang nằm mơ giữa ban ngày kìa!"

"Hãy an phận đi, Lùn! Chúng ta là sâu, không phải bướm." Một con khác đáp lại với giọng

nghiêm túc. "Không có gì sai khi được là một chú sâu."

Sâu Lùn cảm thấy buồn bã, thất vọng vô cùng, nụ cười hy vọng đã vụt tắt trên môi khi nó khi nghe thấy những lời nói lạnh lùng kia. Lùn thu mình lại, trong lòng đầy nghi ngờ, nó tự hỏi bản thân: "*Có thật là chỉ có bướm mới bay lượn được không? Mình phải làm gì để biến ước mơ thành hiện thực?*"

Trong đầu nó, một cuộc chiến nội tâm xảy ra.

"*Hãy tin tưởng và kết nối với chính mình, bạn sẽ tìm ra cách!*" Một tiếng nói đầy hy vọng cất lên.

"*Thân không lo nổi cho thân lại còn bày đặt bướm với chả bay.*" Một giọng nói cay nghiệt cắt ngang. "*Viển vông, hão huyền!*"

Tiếng nói ấy chạy vụt qua đầu Sâu Lùn nhanh như một tia chớp khiến trái tim nó nhói đau.

Cảm giác đau đớn càng xé ruột xé gan hơn khi Lùn nhìn lại tấm thân còm nhom, xơ xác của mình. Cơn đau đầu kéo đến khiến nó thiếp đi lúc nào không hay.

Những ngày sau đó, ban ngày Sâu Lùn thu mình lại, nó bỏ ăn, đối xử tệ hại với bản thân, không trò chuyện gì với lũ bạn. Nó sống lặng lẽ như một cái bóng, mất hết hy vọng vào hiện tại và tương lai. Đêm đến, ước mơ hóa bướm lại hiện về chập chờn. hình ảnh chú bướm nhỏ sặc sỡ sải rộng đôi cánh, tung bay trên bầu trời tự do làm trái tim Lùn xúc động bồi hồi. Nhưng suy nghĩ "*mình sẽ chẳng bao giờ làm được điều đó*" khiến nó cảm thấy day dứt, bất lực quá đỗi.

Trái tim và trí óc bị giằng xé, nó cảm thấy vô cùng bức bối, khó chịu. Sâu Lùn thốt lên một cách tuyệt vọng: "Tôi không thể chịu nổi tình

trạng u uất, mòn mỏi này thêm phút giây nào nữa. Ai đó có thể giúp tôi được không?"

Đáp lại nó là một khoảng tĩnh lặng đến rùng mình.

Sáng hôm sau, khi đang ủ dột nằm dài tắm nắng nó gặp một chú bướm tên Xinh đang bay lượn. Nhìn thấy Sâu Lùn buồn bã, bướm Xinh đậu xuống một chiếc lá và ân cần hỏi thăm.

Sâu Lùn kể hết những chuyện đã xảy ra với mình từ trước đến giờ. Bướm Xinh chăm chú lắng nghe, thỉnh thoảng gật đầu tỏ vẻ thông cảm, đồng tình: "Tôi rất hiểu cảm giác của bạn lúc này. Để trở thành bướm phải trải qua một hành trình vô cùng gian khổ. Bạn cần chuẩn bị những gì tốt nhất cho điều trọng đại ấy." Bướm Xinh dừng lại một lát rồi tiếp tục. "Trước tiên bạn phải kết nối lại với những phẩm chất tốt đẹp bên trong mình. Tôi sẽ giúp bạn làm được điều đó. Chúng ta sẽ bắt đầu ngay bây giờ."

Lời động viên và đồng hành của Bướm Xinh như một ngọn lửa tin tưởng thắp sáng hy vọng trong lòng Sâu Lùn. Nó quyết tâm thay đổi cuộc sống của mình, Lùn tự nhủ: "*Được rồi! Tôi sẽ thực hành, trò chuyện, yêu thương bản thân nhiều hơn.*"

Dưới sự hướng dẫn tận tình, chỉ bảo từng bước của Bướm Xinh, Sâu Lùn tự mình trải nghiệm những điều tốt đẹp trong ốc đảo bình yên: "Tôi là một tâm hồn bình an, yêu thương, mạnh mẽ, an vui và tôi sẽ hạnh phúc trọn vẹn." Ban đầu nó cảm thấy rất khó chịu, dần dần, cảm giác thư giãn, thoải mái, nhẹ nhàng lan tỏa khắp cơ thể và tâm trí khiến Lùn vô cùng bất ngờ về sức mạnh thật sự của bản thân.

Trong trạng thái bình an, Sâu Lùn không còn ăn ngấu nghiến, ăn nhiều đến nỗi không thở nổi như mọi khi nữa. Nó chỉ ăn vừa chừng, đủ để cho lớp da bên ngoài căng ra, nó lấy hết sức để lột bỏ lớp da ấy. Quá trình lột xác diễn ra nhiều lần, Lùn cảm nhận được từng cơn đau xé da xé thịt, đồng thời nó thấy mình mạnh mẽ, trưởng thành hơn rất nhiều.

Thời khắc quan trọng đã đến. Sâu Lùn tìm một nơi an toàn, bắt đầu rút ruột nhả tơ, tự đan quanh mình một cái kén. Ở trong đó nó cảm thấy ấm áp, an toàn, nhưng chật chội và cô đơn.

Tháng ngày nằm yên trong kén thật khó khăn. Sâu Lùn ngủ thiếp đi, trong cơn mơ thỉnh thoảng lại có vài lời tiêu cực vang lên: "*Mày đang làm những việc vô ích. Sao lại phải chịu đựng nhiều khổ sở, đau đớn thế này?*"

Sâu Lùn không đáp lại. Nó hướng sự chú ý về ốc đảo bình yên, một mực tin tưởng vào ngày mai tươi sáng. Nó tự nhủ: "*Mình có thể làm được! Mình sẽ không từ bỏ!*"

Niềm tin đó đã giúp Sâu Lùn vững tâm, kiên trì, chịu đựng nhiều cơn đau giằng xé từng giây từng phút. Đáp lại cho nỗ lực vượt khó của nó, những thay đổi tích cực hiện ra ngày càng rõ ràng: đôi cánh và chiếc vòi hút mật hình thành, những chiếc chân mảnh mai dài ra, cặp râu trên đầu ngọ nguậy như đôi ăng ten bắt đầu phát sóng và nhận tín hiệu. Nó đã sẵn sàng bước sang một cuộc đời mới.

Cuối cùng, khi cái kén nứt ra, Sâu Lùn thấy mình đã trở thành một chú bướm tuyệt đẹp, rực rỡ trong nắng, với đôi cánh sặc sỡ. Nó bay lên cao, vươn mình tới bầu trời, cảm nhận được làn gió mát, sự tự do mà nó từng mơ ước.

Bạn học được gì từ câu chuyện trên?

Còn tôi nhận ra rằng: kết nối yêu thương bản thân là chìa khóa để vượt qua giới hạn của chính mình, từ đó giải quyết mọi vấn đề mình gặp phải trong cuộc sống. Sự chuyển hóa từ trạng thái tuyệt vọng sang hy vọng, từ chấp nhận bản thân trong hiện tại đến hành động vì một tương lai tốt đẹp hơn, tất cả đều thể hiện rằng mọi thay đổi cần xuất phát từ bên trong. Niềm tin bản thân là ngọn lửa không bao giờ tắt. Ngọn lửa đó sẽ thắp sáng cho mọi ước mơ, hy vọng của bạn thành hiện thực.

# Món quà tặng bạn

Đọc tới đây, tôi biết bạn đã có thêm nguồn cảm hứng nào đó. Tuy nhiên tôi biết hành trình phía trước cũng có rất nhiều khó khăn ví dụ như là...

- Làm sao để kết nối với chính mình? Cách thực hiện cụ thể như thế nào?
- Làm sao để xử lý xung đột với vợ/ chồng, phụ huynh?
- Làm sao để giao tiếp với con hiệu quả?
- Làm sao để giải quyết mâu thuẫn bằng giao tiếp?

Vì thế mà tôi đang viết một cuốn sách lớn hơn, bạn hãy quét mã QR ở dưới để kết nối với tôi, theo dõi thông tin và nhận những món quà đặc biệt nhé.

- **Thông tin sớm nhất về ebook tiếp theo**: Bạn sẽ là một trong những người đầu tiên

biết về cuốn sách "Giao Tiếp Hạnh Phúc" phiên bản đầy đủ, bật mí nhiều câu chuyện hấp dẫn hơn nữa.

- **Cơ hội trao đổi 1-1** với tôi nếu chúng ta có duyên.

Tái bút: Hoặc bạn cũng có thể gửi ý kiến, chia sẻ câu chuyện chia sẻ cá nhân của bạn về địa chỉ email: tacgia@hienhapu.com

Tôi rất mong chờ được lắng nghe câu chuyện, chia sẻ cảm nhận của bạn cũng như một review

5 sao cho cuốn sách này để giúp tôi có cảm hứng viết tiếp. Bạn chính là động lực để tôi cố gắng nỗ lực hơn mỗi ngày.

Mong bạn sớm kết nối được với những phẩm chất tốt đẹp bên trong mình và luôn hạnh phúc!

Yêu thương bình an gửi đến bạn,

Hiền Hapu,

Nguyễn Thị Hiền.

www.ingramcontent.com/pod-product-compliance
Lightning Source LLC
LaVergne TN
LVHW060824170826
845678LV00010B/1892

* 9 7 9 8 2 3 0 3 2 8 5 8 2 *